પદ્મશ્રી પ્રાણ

મૉરિસ હૉર્ન, વર્લ્ડ ઍન્સાયક્લોપીડિયા ઑફ કૉમિક્સના એડિટરે કાર્ટૂનિસ્ટ પ્રાણને વૉલ્ડ ડિઝની ઑફ ઇન્ડિયા કહ્યાં છે. એમની કૉમિક્સ પેઢી દર પેઢી વધી રહેલાં નવયુવાનોની હંમેશાં સાથી રહી છે, એમણે એના કેરેક્ટર્સ ચાચા ચૌધરી, સાબૂ, શ્રીમતીજી, પિંકી, બિલ્લુ, રમન વગેરેના મનોરંજનની ભરપૂર મજા ઉઠાવી છે. એમના ૫૦૦થી વધારે ટાઇટલ્સ માર્કેટમાં વેચાઈ રહ્યા છે અને સ્ટ્રિપ્સ ડઝનો ન્યૂઝ પેપર્સમાં છપાઈ રહી છે! ચાચા ચૌધરી પર આધારિત બનેલી ટી.વી. સીરિયલ સતત ૬૦૦ એપિસોડ્સ સુધી એક મુખ્ય ચેનલ પર બતાવવામાં આવ્યા!

વિશ્વના કેટલાય દેશોનું ભ્રમણ કરી ચુકેલા, ત્યાંની કૉન્ફરન્સોમાં કાર્ટૂન્સ પર સ્પીચીસ આપવાવાળા પ્રાણને લિમકા બુક ઑફ રેકૉર્ડ્સે પીપલ ઑફ ધી યર એવૉર્ડથી સન્માનિત કર્યા છે. ૧૯૮૩માં એમની કૉમિક બુક - 'રમન, હમ એક હૈ'નું વિમોચન તત્કાલીન પ્રધાનમંત્રી શ્રીમતી ઇન્દિરા ગાંધીએ કર્યું.

– પ્રકાશક

ચાચા ચૌધરી અને જિબ્રાનો

આગળ વાંચો...
રહસ્યમયી તરંગોએ જે ભયાનક માણસનુ રૂપ લીધું છે, તે તારા જેવો છે સાબૂ!
આ મારા ગ્રહ જ્યૂપિટરથી આવ્યો છે. એનું નામ માકાબૂ છે.
હા, હું માકાબૂ છું, જ્યૂપિટર ગ્રહનો સેનાપતિ!
રહસ્યમયી તરંગોના રૂપમાં હું કેટલાય દિવસોથી આ શહેરની પાસે ઉપસ્થિત હતો, જાણતો હતો કે, તું અહીંયા પહોંચીશ.

તું અહીંયા મને મળવા માટે રહસ્ય ઢંગથી કેમ ઉપસ્થિત હતો?
ના માકાબૂનીનીયત સારી છે અને ના ઉદ્દેશ્ય.
તેજ દિમાગ મેળવ્યું છે તેં, જે મારો ઉદ્દેશ્ય ઓળખી ગયા.
એનો એક જ મતબલ છે સાબૂ...જક
એનું ઈનામ!! મોત મળશે!

ઊભો રહે નાકાબૂ! ચાચાથી દૂર રહો.
અહીંયાથી દૂર જાઓ.
પહેલાં તને જ ખતમ કરું છું.

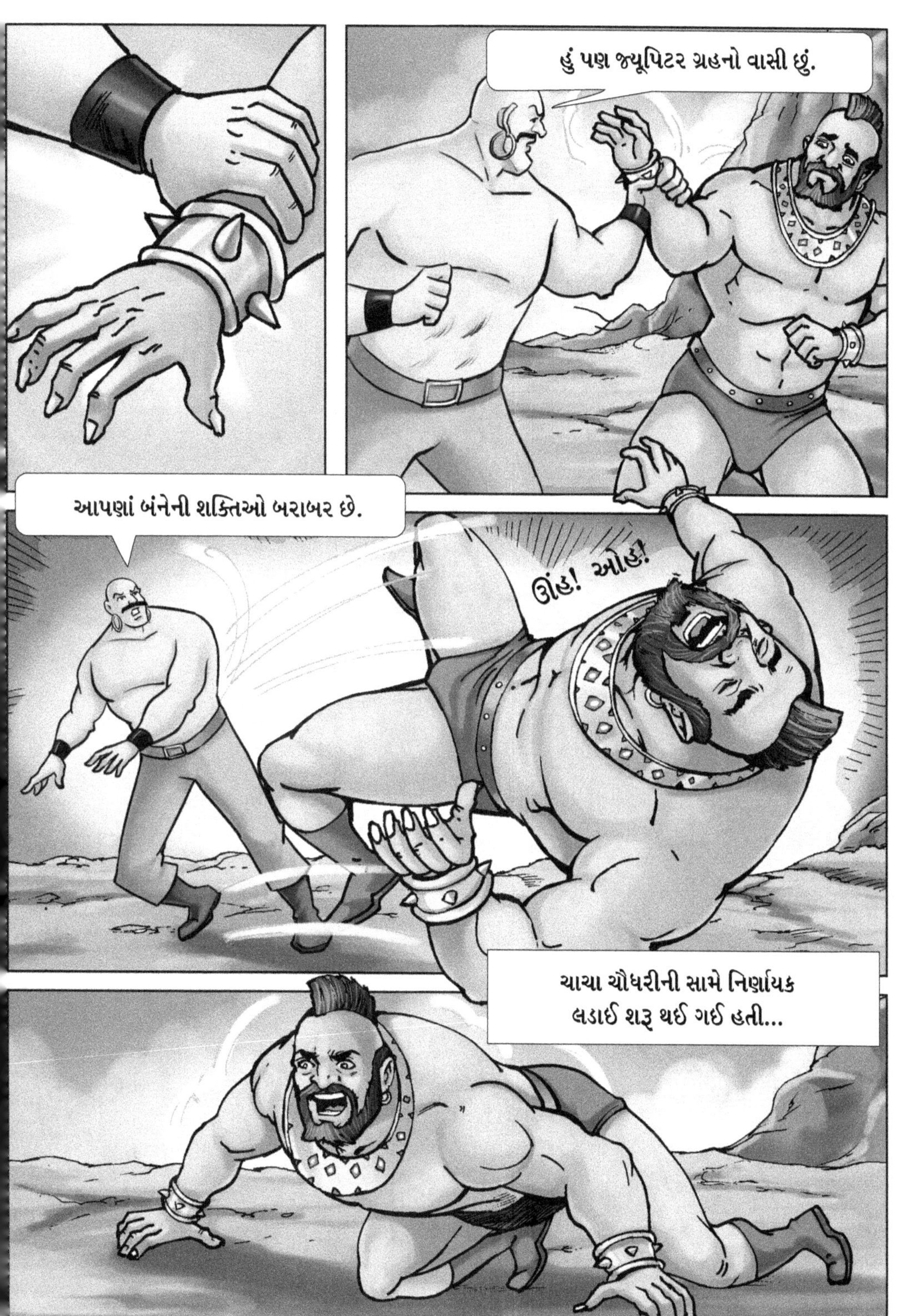
હું પણ જ્યૂપિટર ગ્રહનો વાસી છું.
આપણાં બંનેની શક્તિઓ બરાબર છે.
ઉંહ! ઓહ!
ચાચા ચૌધરીની સામે નિર્ણાયક લડાઈ શરૂ થઈ ગઈ હતી...

આની વચ્ચે ચાચા ચૌધરીના ઘર પર...
હા-હા-હા, ચાચા ચૌધરી ઘર પર નથી.
જે પણ માલ છે, અમારા હવાલે કરો!
ચાચા ચૌધરીની પાછળ એમનું ઘર લૂંટવાની મજા જ કંઈ ઓર છે.
ચલ કાઢ!
ત્યારે જ...
અરે, આ કુતરો!

આઉચ...!!
આઉ...!
હાથ કરડી લીધો!
આઉ!
શાબાશ રૉકેટ!

પોલિસના આવવા સુધી આમ જ ઠીક છે.
પોલિસ!! બચાઓ!
આઉ! પોલિસને જલ્દી બોલાવો, નહીં તો ઍમ્બ્યુલન્સ બોલાવવી પડશે.
બચી ગયા! આઉ!
હું હવે ક્યારેય ચોરી નહીં કરું. હિમાલય પર તપસ્યા કરીશ.
રૉકેટ! ક્યારથી તને શોધી રહી છું.
ચાચાને શોધીને લાવો. ખાવાનો સમય થઈ ગયો છે.

ખબર નહીં, તે ક્યાં છે?
ચાચા હતા એક મુસીબતની સામે...
ફૉર્મ્યૂલા નંબર ૪૦૧. સાબૂ!
આ લો ચાચાજી!
ધડામ્!
આ તમારી ઇચ્છા પર, ચાચાજી!
ધડામ્ મ!

માકાબૂ પર કાબૂ મેળવવો સરળ નથી.
સાબૂ!
તારી અને માકાબૂની શક્તિઓ સમાન છે સાબૂ!

એનાથી નિપટવા માટે ફૉર્મ્યૂલા નંબર ૪૩૧ અને ૨૪૨ અપનાવવો પડશે.
જી ચાચાજી! ફૉર્મ્યૂલા નંબર ૪૩૧ અપનાવું છું.
એ ખુદને સંભાળે એ પહેલાં એના સુધી પહોંચવું.
એના પર હુમલો કરવો.

એને એક એવી મોટી પહાડીની નીચે લઈ જવો.
જ્યાં ફૉર્મ્યૂલા નંબર ૨૪૨નો પ્રયોગ સરળતાથી થઈ શકે.
ઓફફ!
ઓહ!
માકાબૂ તૂટેલી પહાડીની નીચે દબાઈ ગયો. ફૉર્મ્યૂલા નંબર ૨૪૨ સફળ.

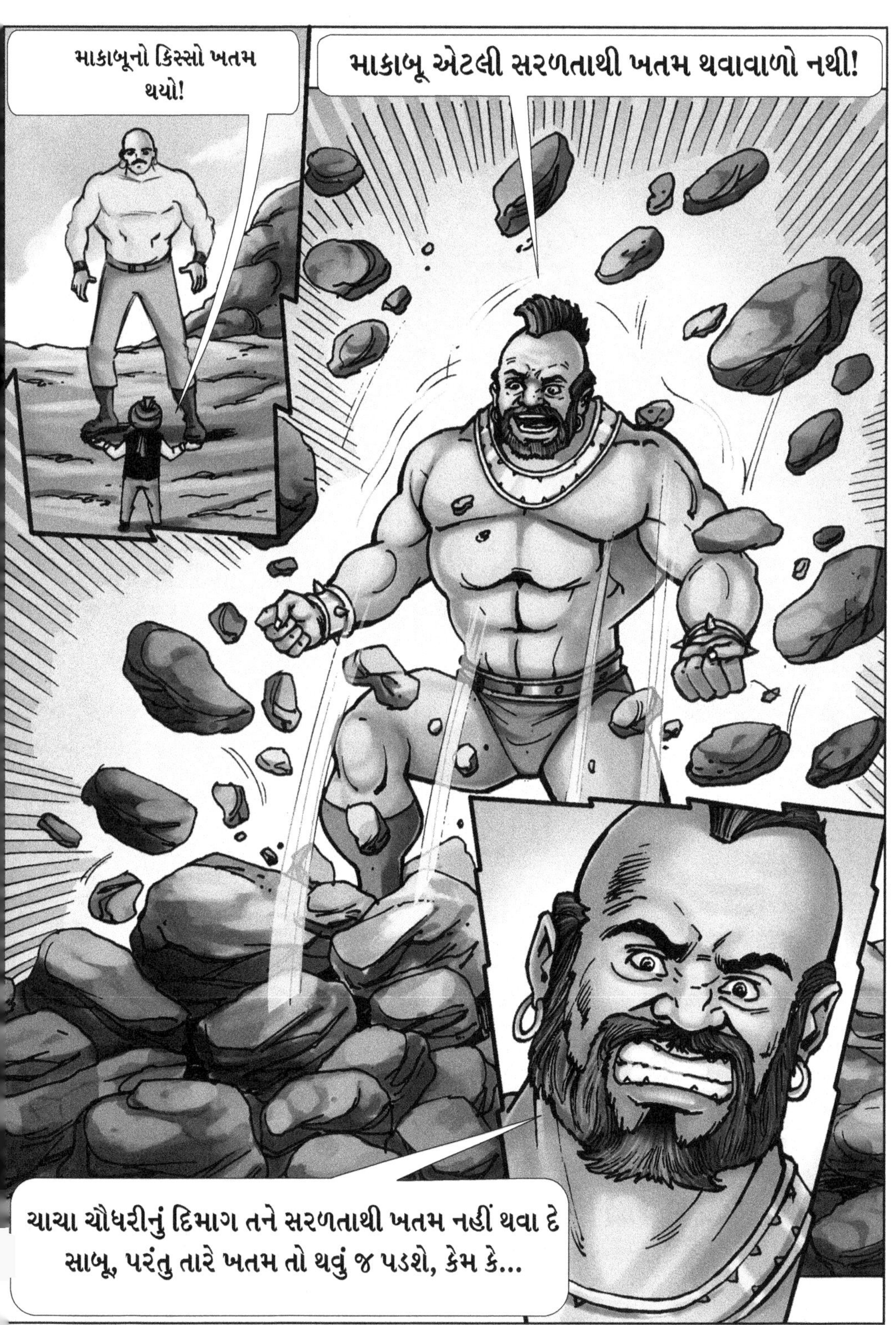
માકાબૂનો કિસ્સો ખતમ થયો!
માકાબૂ એટલી સરળતાથી ખતમ થવાવાળો નથી!
ચાચા ચૌધરીનું દિમાગ તને સરળતાથી ખતમ નહીં થવા દે સાબૂ, પરંતુ તારે ખતમ તો થવું જ પડશે, કેમ કે...

હું પૂરી તૈયારીની સાથે આવ્યો છું.
મારી એવી શક્તિ
જેનાથી ઘાતક હથિયાર નિકળે છે.
ઓહ!
ઘડાક ક્!
શું છે આ?
અરે, એની છાતી પર અજબ પટ્ટો બેલ્ટ પ્રગટ થઈ રહી છે.

ઓહ!
ધડામ્મ!
સાબૂ, સંભાળ!
કેવી રીતે સંભાળશે?
ધાડ!
મારા હથિયાર એને ઠીક ક્યાં થવા દેશે.
તૂં પણ આમનું નિશાન બન!
ધાડ!
ઓફફ!

માકાબૂ પોતાના જે હથિયારથી આપણા પર ભારે પડી રહ્યો છે, એનું વિચારો સાબૂ!
ચાચાજી, બચો.
મારી ચિંતા છોડો સાબૂ!
આ મારા જ્યૂપિટરથી આવ્યા પછીની તકનીક છે ચાચાજી!
એનો પાવર એની છાતી પર ઉપસ્થિત બેલ્ટ છે. જ્યાં સુધી તે નહીં હટે, ત્યાં સુધી એનો સામનો નથી કરી શકાતો.
જલ્દી બેલ્ટ છાતીથી અલગ કેવી રીતે કરવામાં આવે? સમજમાં નથી આવી રહ્યું.
ભૌ!!
મારી સમજમાં નથી આવી રહ્યું કે, એનાથી કેવી રીતે નિપટૂં? તમે વિચારો.

રૉકેટ! તૂં શું કરી રહ્યો છે?
ભૌ!! ભૌ!!
જા! અમારી સાથે તારો જીવ પણ જોખમમાં પડી જશે.
ઊભો રહે રૉકેટ! અમારી સમસ્યાનું નિરાકરણ તૂં કાઢી શકે છે.
સાંભળ, તારે શું કરવાનું છે?
સમજી ગયો! હવે જા. પરંતુ ધ્યાનથી.
★ ચાચા ચૌધરીનું દિમાગ કૉમ્પ્યૂટરથી તેજ ચાલે છે.

અમારા માટે આ સારું છે.
જેવું જ રૉકેટનું કામ પૂરું થયું, તેવું જ!
રૉકેટ માકાબૂ સુધી પહોંચી ગયો, એને ખબર જ ના પડી. તે સાબૂને ખતમ કરવામાં લાગ્યો છે.
રૉકેટે એને પોતાના દાંતોથી કરડી નાંખ્યું.
ઓહ! મારી બેલ્ટ!!
સાબૂ, હવે આ ખુદને સંભાળે એમ ના થવું જોઈએ.

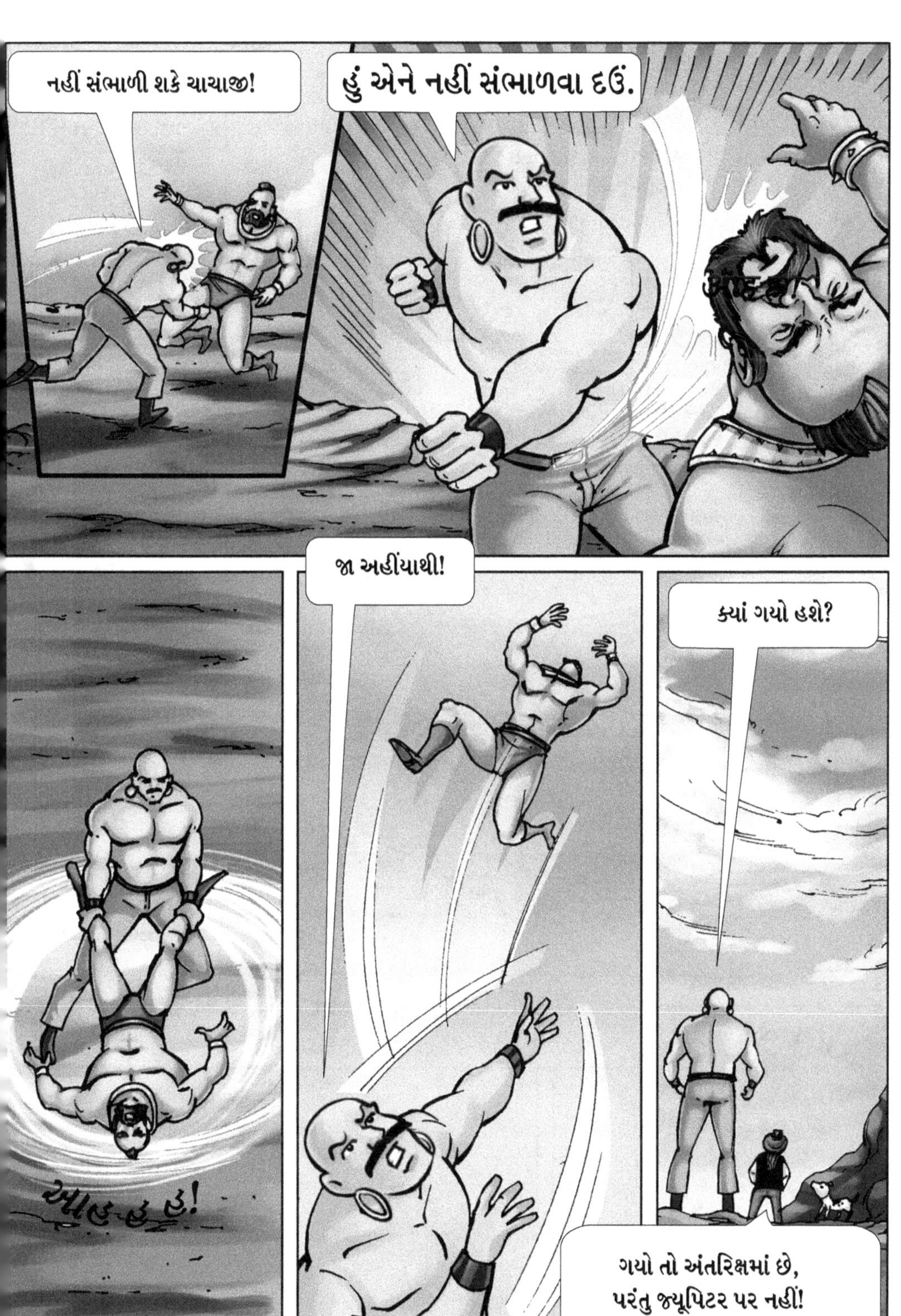

નહીં સંભાળી શકે ચાચાજી!
હું એને નહીં સંભાળવા દઉં.
જા અહીંયાથી!
ક્યાં ગયો હશે?
નહીં સંભાળી શકે ચાચાજી!
ગયો તો અંતરિક્ષમાં છે, પરંતુ જ્યૂપિટર પર નહીં!

તે પાછો નહીં આવે.
ચલ ફટાફટ રૉકેટ, તારી ચાચીનો સંદેશ લઈને આવ્યો છે.
ચાલ જલ્દી ઘેર. નહીં તો મારા પર વેલણ ઍટેક થઈ જશે.

જલ્દી જ ઘર પર...
લો, ખાઓ.

કડાય ચા!.

દાળમાં કાંકરો, ભગવાને તને બે આંખો આપી છે, કાંકરો નથી જોઈ શકતી.

એ જ ભગવાને તમને બત્રીસ દાંત આપ્યો છે, નાનો કાંકરો નથી ચાવી શકતા.
ચાચાજી, મેં તમને અને ચાચાજીને ક્યારેય એક સાથે હસતાં નથી જોયાં.
જ્યારે હું તારા ચાચા પર વેલણ ફેંકું છું અને તે યોગ્ય નિશાન પર લાગે છે, તો હું હસું છું.
જ્યારે નિશાન ચૂકી જાય છે, તો તારા ચાચા હસે છે.
હો! હો!!
સાબૂ, ખાવાનું ખાતા સમયે વાતો કરવી સારી વાત નથી.
હો-હો-હો! સમજી ગયો. ચાચાજી, સમજી ગયો.
© PRAN'S FEATURES

જરા ટી.વી. તો ચલાવો. ન્યૂઝ જ જોઈ લઈએ.
ફ્યૂચર સિટીમાં એક ખતરનાક શખ્સનો હંગામો!
સાબૂ! ચાલ, કદાચ આપણાં નસીબમાં આરામ કરવાનો લખ્યો જ નથી.
ઓહ! BREAKING NEWS
હા-હા-હા, જિબ્રાનો છે મારું નામ! હા-હા!!

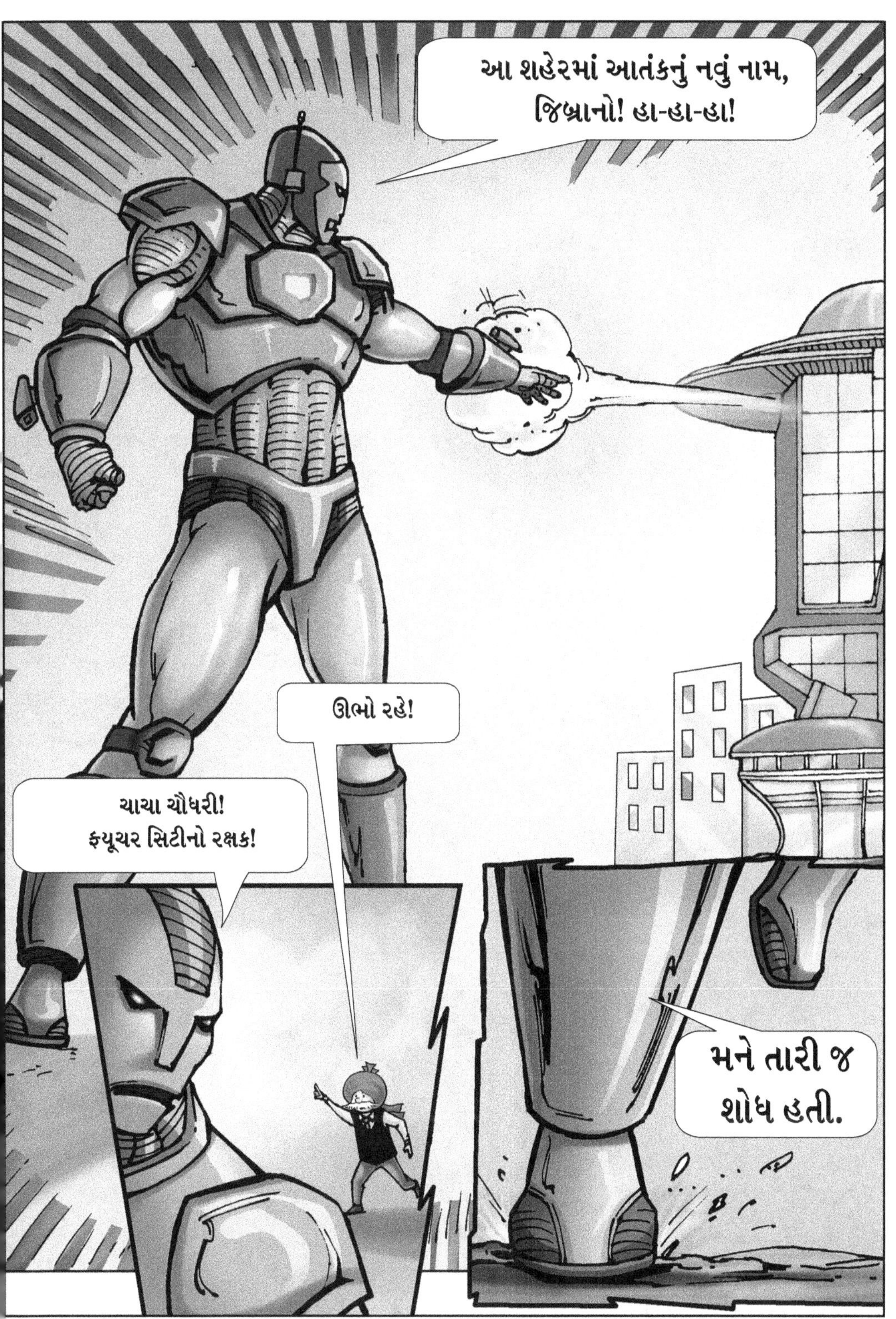

આ શહેરમાં આતંકનું નવું નામ, જિબ્રાનો! હા-હા-હા!
ઊભો રહે!
ચાચા ચૌધરી! ફ્યૂચર સિટીનો રક્ષક!
મને તારી જ શોધ હતી.

જ્યાં ચાચા ચૌધરી હોય છે, ત્યાં સાબૂ પણ હોય છે.
આ વાત બધા જાણે છે.
જિબ્રાનો આ ફ્યૂચર સિટીને ખતમ કરશે.
ધડાક!
તને ખતમ કરીને.

સાબૂ તને એવું ક્યારેય કરવા નહીં દે.
કીડી હાથીને ઠેસ પહોંચાડવાનો પ્રયત્ન કરી રહી છે.
હા-હા-હા!
તારા વારોની એના પર અસર કેમ નથી થઈ રહી?
એનું એક કારણ છે કે આ મારા ગ્રહ જ્યૂપિટરથી આવ્યો છે.
પરંતુ તારા પર મારા વારોની ભરપૂર અસર થઈ રહી છે.

આ અસર તને જલ્દી ખતમ કરી નાંખશે.
ધડાક!
મારે સાબૂની હેલ્પ કરવી પડશે.
એના પગ એટલા મજબૂત નહીં હોય.
વૂરૂક્ક્મ!!

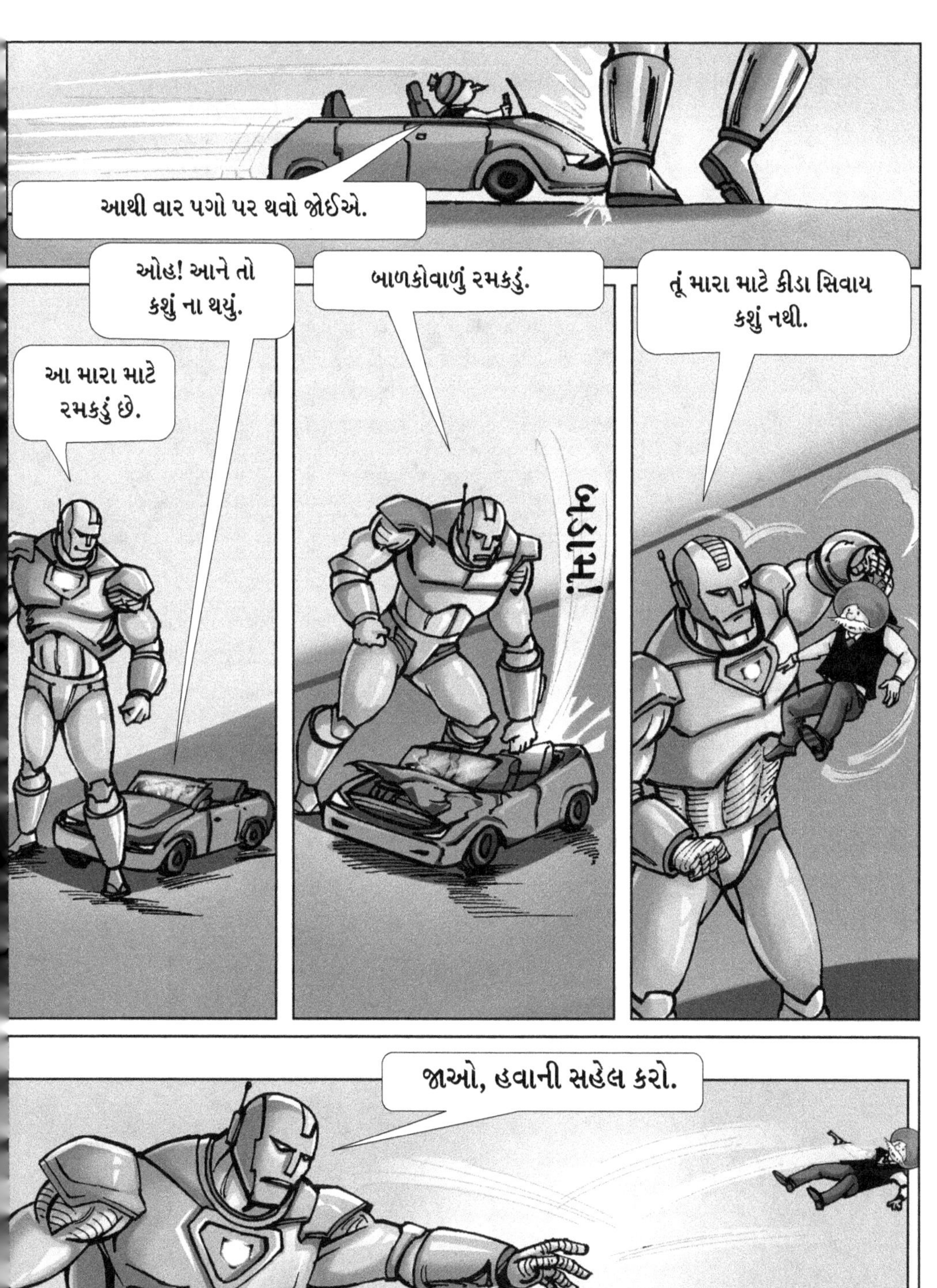
આથી વાર પગો પર થવો જોઈએ.
ઓહ! આને તો કશું ના થયું.
બાળકોવાળું રમકડું.
તું મારા માટે કીડા સિવાય કશું નથી.
આ મારા માટે રમકડું છે.
ભડામ!
જાઓ, હવાની સહેલ કરો.

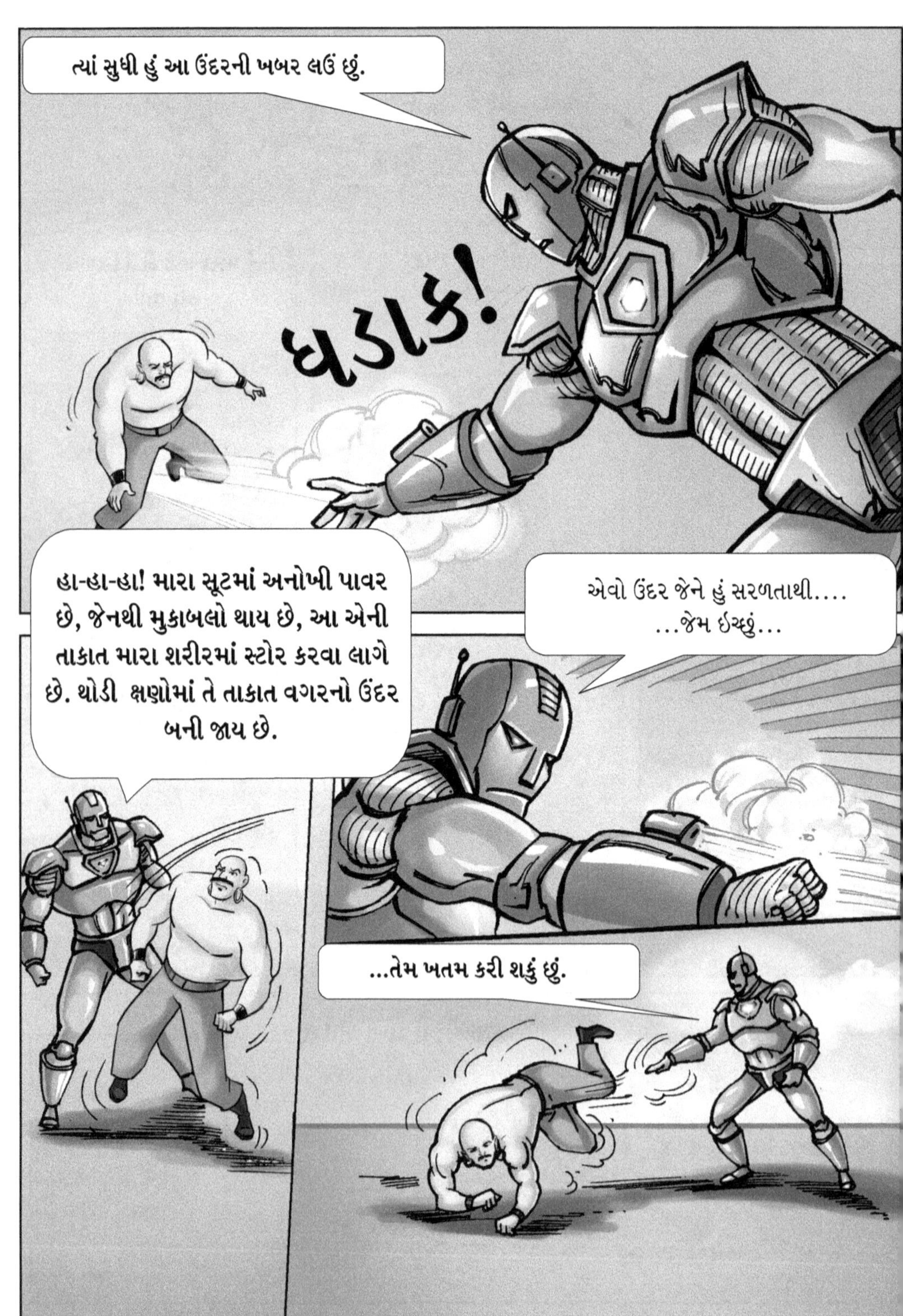

ત્યાં સુધી હું આ ઉંદરની ખબર લઉં છું.
ધડાક!
હા-હા-હા! મારા સૂટમાં અનોખી પાવર છે, જેનથી મુકાબલો થાય છે, આ એની તાકાત મારા શરીરમાં સ્ટોર કરવા લાગે છે. થોડી ક્ષણોમાં તે તાકાત વગરનો ઉંદર બની જાય છે.
એવો ઉંદર જેને હું સરળતાથી....
...જેમ ઇચ્છું...
...તેમ ખતમ કરી શકું છું.

આ મારો છેલ્લો વાર, એનાથી તૂં ખતમ!
...તારી વાર્તા ખતમ! હા-હા-હા!
હા-હા-હા! ચાચા ચૌધરી ખતમ! સાબૂ ખતમ!
આહ હ!

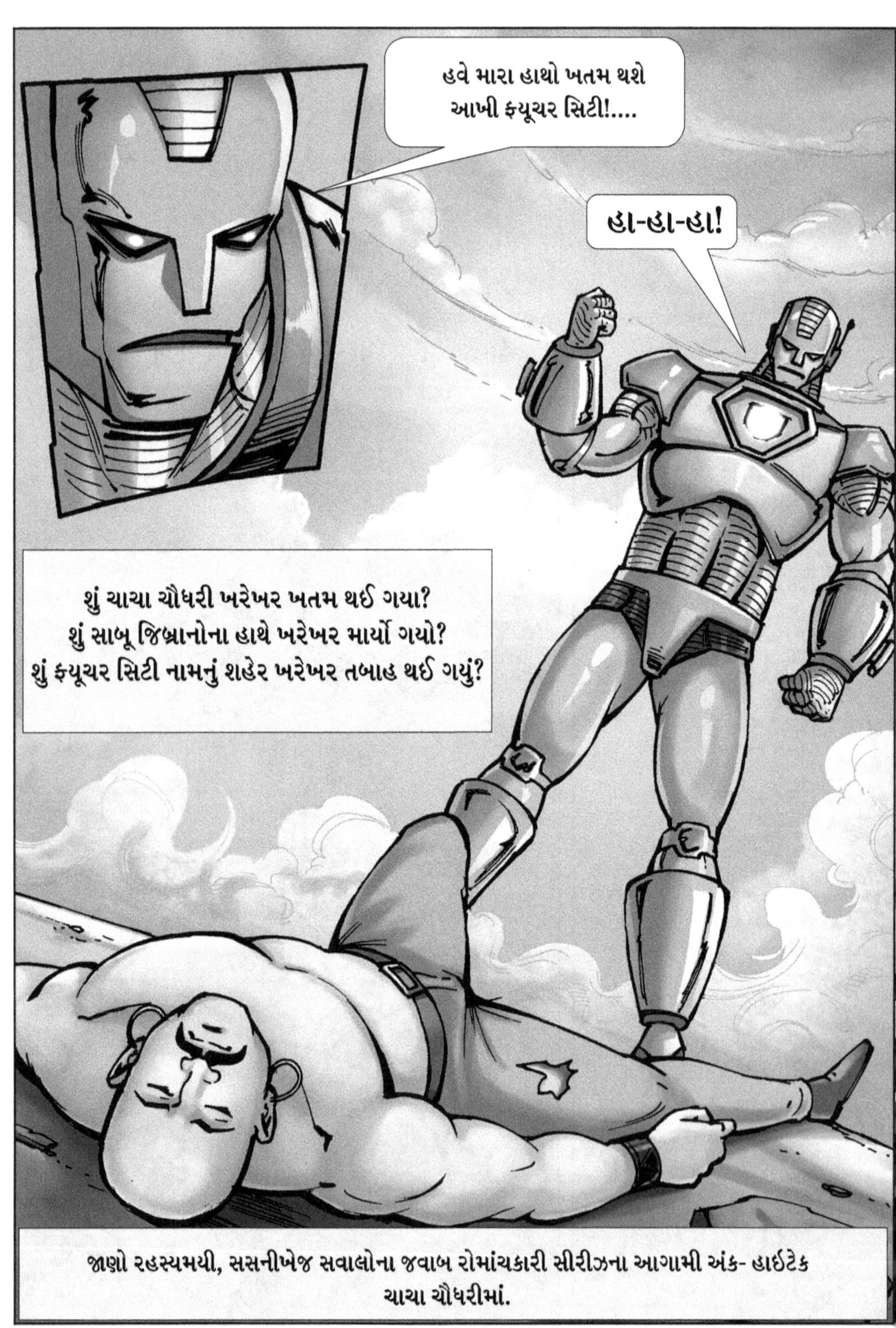

હવે મારા હાથો ખતમ થશે આખી ફ્યૂચર સિટી!....
હા-હા-હા!
શું ચાચા ચૌધરી ખરેખર ખતમ થઈ ગયા? શું સાબૂ જિબ્રાનોના હાથે ખરેખર માર્યો ગયો? શું ફ્યૂચર સિટી નામનું શહેર ખરેખર તબાહ થઈ ગયું?
જાણો રહસ્યમયી, સસનીખેજ સવાલોના જવાબ રોમાંચકારી સીરીઝના આગામી અંક- હાઈટેક ચાચા ચૌધરીમાં.

ચાચા ચૌધરી
અને
કૉમિક ડૉન

ચાચાજી! તમારી આજ્ઞા જોઈએ.

ફાયનેંસર સાહેબ, હું પરવાનગી આપું છું.
તમે ફિલ્મ શરૂ કરો.

!!
મારી રકમ મારા એકાઉન્ટમાં ટ્રાન્સફર કરી દો.

કોનો ફોન હતો?

એક ફિલ્મ ફાયનેંસર મારા જીવન પર બસ્સો કરોડની ફિલ્મ બનાવવા ઇચ્છે છેએ.

બસ્સો કરોડ?

બીની! આંખો બંધ કરી લીધી, ભગવાનનો અભાર માની રહી છે?

હું વિચારી રહી છું, બસ્સો કરોડમાં કેટલાં કિલો સોનાની જ્વેલરી બનાવડાવીશ.
હા! હા!! સ્ત્રીઓનો સોનાથી લગાવ જગજાહેર છે.

બસ્સો કરોડ?

આ ખબર કૉમિક ડૉનના કામની છે!

દિવસમાં સપના ના જુઓ. હકીકતમાં પાછા આવો. બસ્સો કરોડ જૂની ફિલ્મનું બજેટ છે.

મને કેટલાંક ટકા રૂપિયા મળશે.

અને હું પોતાની બધી રકમ અનાથાલયને દાન કરી દઈશ.

ડૉનનો અડ્ડો!
વાહ! આ કૉમિકની સ્ટોરી મજેદાર છે.
કૉમિક ડૉન! ચૌધરીની પાસે બસ્સો કરોડ રૂપિયા આવ્યા છે.

તે રકમ હવે મારી છે.

ચાલો! પોતાના રૂપિયા લઈ આવીએ.

જરૂરતમંદ બાળકોની દુઆઓથી આપણો ખજાનો ભરેલો હશે.
તમારો આ નિર્ણય સાચો છે.

તમે ફિલ્મમાં હીરોનો રોલ કરશો?

ના! મુંબઈના કલાકાર મારા જીવન-ચરિત્રના કિરદારો જેમ કે હું, તૂં અને સાબૂની ઍક્ટિંગ કરશે.

સાબૂ જેવો વિશાળ ઍક્ટર ક્યાં મળશે?

ફિલ્મોમાં સ્પેશ્યલ ઈફેક્ટથી બધું જ થઈ જાય છે.
ખરેખર?

પછી તમે ડાયરેક્ટરને કહી દેજો કે, ફિલ્મમાં તમારું કિરદાર ગંજા માથાને બદલે રેશમી ઘુંઘરાળા વાળોવાળું હોય, જેની કાળી મૂંછો અને કદ છ ફૂટનું હોય...
એના સિક્સ પેક હોય અને...

અ-૨-૨-૨!
ઊભી રહે, ભાગ્યવાન!

તે ચાચા ચૌધરી પર ફિલ્મ બનાવવા ઇચ્છે છે.

...તારા ડ્રીમ બૉય પર નહીં.

હીરો સ્માર્ટ હશે ત્યારે જ દર્શક મૂવી જોવા જશે.
લોકોને ચાચા ચૌધરીના ચહેરાથી વધારે અકલ પસંદ છે.

તારી ફિલ્મમાં મારા રોલ માટે ઍક્ટ્રેસ શોધવામાં ડાયરેક્ટરને મુશ્કેલી આવશે. મારા જેવી સુંદર સ્ત્રી બીજે ક્યાં?

હા, ચોક્કસ એમને મુશ્કેલી તો થશે જ.

એક્ટ્રેસ ટુનટુનજી તો હવે આ દુનિયામાં નથી.

તમને મારી કદર નથી.
બીની! એવું નથી.

તારી સાથે હસી-મજાકમાં અલગ જ મજા છે.

ચૌધરી! હું કૉમિક ડૉન! બસ્સો કરોડ લેવા આવ્યો છું!
!?

ગામ વસ્યું નથી, ને ભિખારી પહેલા આવી ગયા.

તારું નામ કૉમિક ડૉન રસપ્રદ છે. કોણે રાખ્યું હતું?

મારા બાપૂએ. હું બાળપણથી ખૂબ જ કૉમિક વાંચતો હતો અને મારી હરકતો શેતાની હતી.

આથી બાપૂએ મારું નામ રાજૂથી બદલીને કૉમિક ડૉન કરી દીધું હતું.

તારો નામકરણનો કિસ્સો રોચક હતો.

કૉમિકમાં હ્યૂમર હોય છે. તું ગુંડાગર્દી ફેલાવી રહ્યો છે?
કૉમિકમાં હીરો અને વિલન પણ તો હોય છે. વિલનનું ચરિત્ર દમદાર હોય છે, આથી હું ડૉન બન્યો.

આ લાલ પાઘડી આપણને વાતોમાં બહેકાવી રહ્યો છે.

ચૌધરી! તું સ્ટોરીને લાંબી અને બોરિંગ કરી રહ્યો છે. કટ ટૂ શૉર્ટમાં બતાવો, તારી તિજોરી ક્યાં છે?

સામે જે પેઇન્ટિંગની સાથે બટન છે, એને દબાવો તો તસ્વીર ખસી જશે. તિજોરી ખુલી જશે.

વાહ રે! કૉમિક બુક જેવું સસ્પેન્સ.

પેઇન્ટિંગ તો ખસી નથી રહી?

થોડી વાર બટન દબાવી રાખો, તિજોરી ખુલી જશે.

સૈફ તો ખુલી જ નથી રહી?

જામ થઈ ગઈ છે! ગ્રીસિંગ કરવી પડશે.

ડૉન, ચાચા તમને પપલૂ બનાવી રહ્યા છે. એના રૂપિયા તો બેંકમાં હશે.
વાહ! કેપ્શન! સાચું દિમાગ લગાવ્યું!

ચૌધરી! ચાલો, બેંક એ.ટી.એમ.થી બસ્સો કરોડ લેવા ચાલો.

બસ્સો કરોડમાં કેટલા ઝીરો લાગે છે, ખબર પણ છે?

એક...બે...ત્રણ...?
હિસાબ નથી આવડતો, તો રૂપિયા કેવી રીતે ગણશો?

અમે રૂપિયા ગણીને નહીં, બોરીમાં ભરીને લઈ આવીશું.

બલૂન! તું ચાચા ચૌધરીની પત્નીને હોસ્ટેજ રાખો, જ્યાં સુધી અમે પાછા નથી આવતા.
હવે આ મારી કેદમાં છે.

આવો, ચૌધરી! ડાયલૉગ બંધ, ઍકશન શરૂ.

આ શું નજારો છે?
POL

કૉમિક ડૉન! સરકારી ગાડી તને લેવા આવી છે.
વેલકમ, ઇન્સ્પેકટર મોઝા!
POLICE

પોલિસને ખબર કોણે આપી?

તેં!
મેં?

યાદ કરો...

તું પેઇન્ટિંગની સાથે લાગેલું બ ટન દબાવવા ગયો. તે બટન જોખમનું એલાર્મ હતું.

જેનું સિગ્નલ ઇન્સ્પેક્ટર મોઝાની ઘડીયાળમાં બીપ કરતું હતું.

CRIMES
પોલિસ સ્ટેશન.
ચાચા ચૌધરીના ઘરથી જોખમનું સિગ્નલ. ત્યાં જલ્દી પહોંચવું પડશે.
www.chachachaudhary.com

ઇન્સ્પેક્ટર મોઝાના આવવા સુધી મેં તને વાતોમાં ફસાવી રાખ્યો.
✱ ચાચા ચૌધરીનું દિમાગ કૉમ્પ્યૂટરથી તેજ ચાલે છે.

બહાર ઊભો સાબૂ તારી ચટણી બનાવી દેશે. જઈને સરેન્ડર કરી દો.

મને મંજૂર છે.
હા! હા!!

ઊભો રહે, માકણ!
મને શરણમાં લો.
જલ્દી, ડૉનના ખબરી.

જેલની લાઇબ્રેરીમાં તને ઘણી બધી કૉમિક મળશે.

કૉમિકના અંતમાં દરેક ડૉનને હારનો સામનો કરવો પડે છે.

Word Puzzle

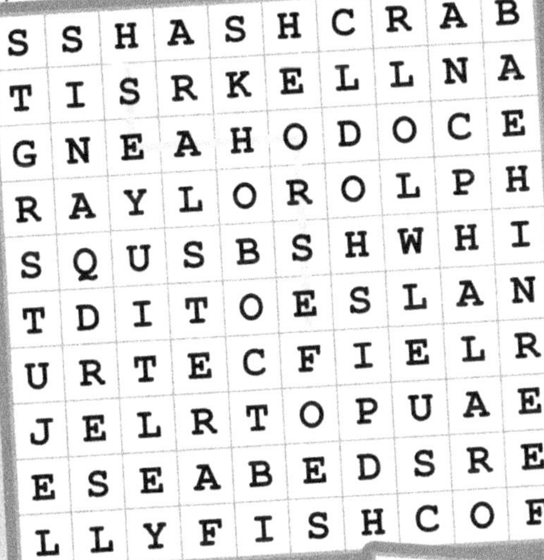

S	S	H	A	S	H	C	R	A	B
T	I	S	R	K	E	L	L	N	A
G	N	E	A	H	O	D	O	C	E
R	A	Y	L	O	R	O	L	P	H
S	Q	U	S	B	S	H	W	H	I
T	D	I	T	O	E	S	L	A	N
U	R	T	E	C	F	I	E	L	R
J	E	L	R	T	O	P	U	A	E
E	S	E	A	B	E	D	S	R	E
L	L	Y	F	I	S	H	C	O	F

ANEMONE
COD
CORAL REEF
CRAB
DOLPHIN
FISH
FLYING FISH
HALIBUT
HERRING
JELLYFISH
LOBSTER
MORAY EEL
MUSSEL
OCEAN
OCTOPUS

OYSTER
PLANKTON
SALMON
SCUBA DIVING
SEABED
SEAHORSE
SEAWEED
SHARK
SHELL
SQUID
STARFISH
STINGRAY
TURTLE
URCHIN
...LE

S	A	L	M	A	N	E	M	E	T
S	M	O	O	P	N	K	O	N	U
T	A	R	N	L	A	T	O	N	B
S	R	A	Y	U	R	M	L	E	I
C	F	I	E	E	C	U	S	S	L
U	B	S	H	L	H	I	N	H	A
C	A	D	I	V	O	T	E	R	D
O	D	G	N	I	Y	S	G	S	E
F	I	N	H	S	E	H	N	E	E
L	Y	G	F	I	R	R	I	A	W

Complete this puzzle and send us back to win a surprise prize - write down the following details in block letter: Complete Name, Telephone Number with STD code (Mobile Number), Age, Place of Birth, Date of Birth, Gender, Email ID and Complete Postal Address with Pincode.

Discover Talent @ Diamond Toons
X-30, Okhla Industrial Area, Phase-II, New Delhi-110020
Ph.: 011-40712100, 40712200, E-mail: sales@dpb.in

Draw a line from dot number 1 to dot number 2, then from dot number 2 to dot number 3, 3 to 4, and so on. Continue to join the dots until you have connected all the numbered dots. Then color the picture!

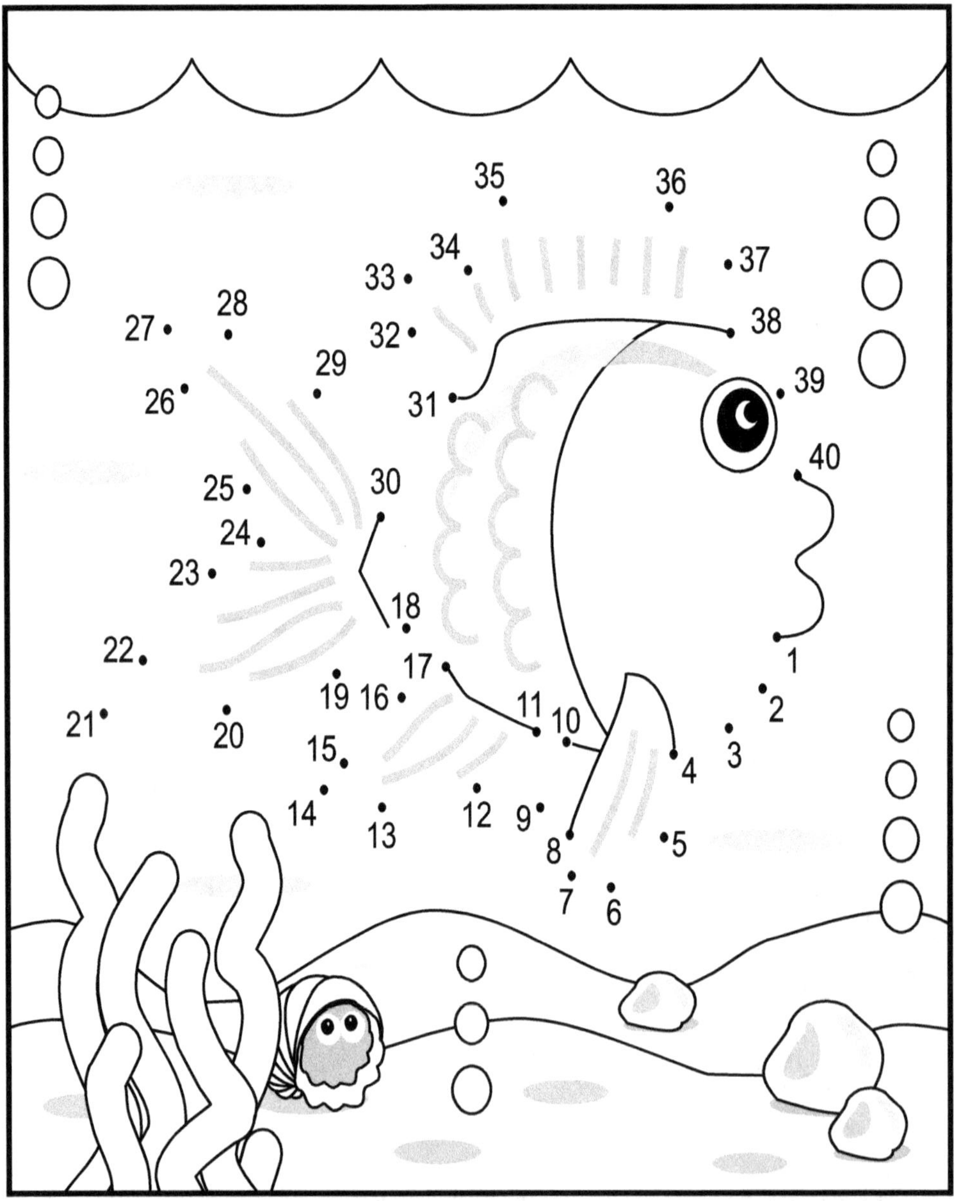

Discover Talent @ Diamond Toons
X-30, Okhla Industrial Area, Phase-II, New Delhi-110020
Ph.: 011-40712100, 40712200, E-mail: sales@dpb.in

Enter the door 1. Get out of the maze through the door 2. Closed doors are locked. Good luck to you !

Celebrating India

get inspired by great personalities of India

The Great Indian Biography Series

Available in Hindi, English, Bangla, Marath & Gujarati

Order Now

X-30, Okhla Industrial Area Phase-II, New Delhi-110020, INDIA

Tel.: 40716600 E-mail: sales@dpb.in, Website: www.dpb.in